இன முழக்கம்

கலைஞர் மு. கருணாநிதி

Title: Ina Muzhakkam

Author: M. Karunanidhi

Language: Tamil

First Published on: 1951

Year of Publication: 2024

Book Format: Paperback

*Page Size: 6inch * 9inch*

Category: Essays

Subject: Political Essays

No. of pages: 38

ISBN: 978-81-988410-4-9

Published by: Nilan Publishers, Madurai, Tamilnadu, India

பொருளடக்கம்

குறிப்புகளுக்காக

பதிப்புரை

இந் நூலில் வந்துள்ள கட்டுரைகள் கலைஞர் கருணாநிதி அவர்கள் அவ்வப்போது முரசொலி முதலிய பத்திரிகை களில் எழுதியவையாகும்.

பாடல்கள் கவிதையல்ல என்ற நூலாக 1945-ல் வெளி வந்தது. இதனைத் தொடுத்து நூலாக வெளியிட்டுக் கொள்ள அனுமதி அளித்த ஆசிரியருக்கு எழுது பண்ணையின் மனமார்ந்த நன்றியறிதலைத் தெரிவித்துக் கொள்கின்றேம்.

கருணாநிதி அவர்களின் பிற நூல்களைப் போன்று இந் நூலும் மங்கிக் கிடக்கும் தமிழினத்தின் உணர்ச்சியைத் தட்டி எழுப்பி அப் பெருமக்களை வெற்றிப் பாதையில் அழைத்துச் சொல்வதைக் காண்பீர்கள்.

பண்ணையாளர்

இன முழக்கம்

கோவலனையே என் நெஞ்சாரக் காதலித்தேன். கணிகையர் குலத்தில்தான் பிறந்தேன். ஆனால் வாழ விரும்பவில்லை. விஷங்கலவாத நீரோடை என் காதல். என் காதலைப் பாலைவன மாக்கி என் கருத்தில் நுழைந்த கட்டழகரைப் பாண்டியன் பலியிட்டான். அவர் மேல் எனக்கிருந்த அன்பு என்னைத் துறவியாக்கிற்று.

ஆனால் தமிழ்ப் பெண்ணைக் கேளுங்கள்!
"காதலிற்சிறந்தவளுக்கு ஒரு உதாரணம் கொடு" என்று!

என்னை வேசி, விபசாரி என்று வசைமாரி பொழிந்து நாடகம் நடத்துவார்கள். சிலப்பதிகாரம் தெரியாதவர்கள், சிந்தனையற்றவர்கள்....!

காதலுக்கு உதாரணம் இந்திரனைக் கூடிய கௌதமரிஷி மனைவி அகல்யாவும், சந்திரனைக் காமுற்ற பிரகஸ்பதி முனிவர் பத்தினி தாரையும் என்று...... கதை கூறுவார்கள்........ காதலுக்காக வாழ்வையே தியாகம் செய்த என்னைச் சொல்ல மாட்டார்கள்!

காரணம் என்ன?

மாதவி.

என் காதலன் மதுரைக் காவலனால் கொல்லப் பட்டார் என்று கேட்டு மன்னனை நீதி கேட்டு, அம் மணிமுடியோன் தன் தவறையுணர்ந்து மாளச் செய்து, மதுரை நகரையே சாம்பலாக்கப் புறப்பட்டேன். என் மனாளனோடு இறப்புலகில் இன்பங் காண

எண்ணினேன். நான் மட்டுமா...... பூதப் பாண்டியன் தேவி, தன்கணவன் இறந்ததும் தானும் தீயில் இறங்கினாள். தீ அவளுக்குத் தாமரைப் பொய்கையாய் இருந்ததாம்.

ஆனால் தமிழச்சியைக் கேளுங்கள் "கற்புக்குப் பேர் போனவள் யாரம்மா ? என்று !"

எங்களைச் சொல்ல மாட்டாள்-ஐவரை மணந்து ஆறாவது புருடனை மாலையிட எண்ணிய திரௌபதியை அழியாத பத்தினி என்பாள்.

காரணம்என்ன?

கண்ணகி.

என் சகோதரன் செங்குட்டுவன்தான் சேர நாட்டு மகுடத்துக்கு உரியவன். ஒரு நாள் கொலு மண்டபத்தில் ஒரு ஆரூடக்காரன் நுழைந்தான். அவன் அண்ணனுக்கு முடி கிடைக்காது தம்பிக்குத்தான் அந்த அதிர்ஷ்டம் என்று புளுகினான். செங்குட்டுவன் முகத்திலே மாறுதல் படர்வதை நான் கண்டேன், "எனக்கு ஆட்சியா ? இல்லை.... இல்லை.... இந்த ஜோஸ்யத்தைப் பொய்யாக்குகிறேன்" என சபதம் ஒலித்து உடனே துறவறம் பூண்டேன். அண்ணனையே அரியணையில் அமர்த்தி அகமகிழ்ந்தேன். இது நான் சகோதரனுக்காகச் செய்த தியாகம்.

ஆனால் தமிழனைக் கேளுங்கள் 'சகோதர வாஞ்சையுள்ள ஒருவன் பெயரைச் சொல்ல முடியுமா?" என்று! உடனே பதில் வரும் 'இராமன் தம்பி பரதன்' என்று! என்பெயரும் நான் தந்த சிலப்பதிகாரமும் தமிழனுக்குச் சரியாகத் தெரியாது.

காரணம் என்ன?

இளங்கோவடிகள்.

"என் நண்பன் சோழ மன்னனை நான் நேரில் பார்த்தது கூட இல்லை. ஆனால் அறிவின் சிறப்பு எங்களைத் தோழர்களாக்கிற்று, மன்னன் இறந்தான் என்ற செய்தி என் செவியைத் தொடுவதற்குள் நான் மாண்டுவிட்டேன்.

ஆனால் தமிழனைக் கேளுங்கள்; நட்புக்கு யாரப்பா நல்ல உதாரணம்? என்று ! என்னைச் சொல்ல மாட்டான்- இராமாயணத்துக் குகன், விபீஷணன் சுக்ரீவன் ஆகியவர்கள்தான் அவன் நினைவுக்கு வருவார்கள்.

காரணம் என்ன?

புலவர் பிசிராந்தையார்.

நானும் பட்டினத்தாரும், தாயுமானவரும், பதினெட்டுச் சித்தரும் எவ்வளவோ பாடிப் பார்த்தோம் இந்தப் பாழ் பட்ட நாட்டைப் பண்படுத்த! நாங்கள் பட்ட தொல்லைகள் கொஞ்சமல்ல.

என்னை ஒரு அறையிலே தள்ளிக் கொன்று அருட்பெருஞ் சோதியிலே ஐக்யமாகிவிட்டதாக அறியாத மக்களிடம் அறிவித்துவிட்டனர். இவ்வளவு அல்லலுற்றோமே.......ஆனால் தமிழனைக் கேட்டுப் பாருங்கள்; 'உன் நாட்டில் சமரச கீதம் பாடியவர்கள் யாரப்பா?' என்று! நாங்கள் அவன் நெஞ்சில் இடம் பெற மாட்டோம்.

ஆனால் சாதாரண சாயிபாபா அவன் நெஞ்சில் மட்டுமல்ல.... பொத்தானாக, மோதிரமாக அவன் உடலிலும் இடம் பெறுவார்.

காரணம் என்ன?

வடலூர் இராமலிங்கம்.

"கர்வத்தால் கனத்துப்போன கனக விசயர் தலைகளில் கல்லேற்றி இமயத்தில் கொடி பொறித்து, இந்நாட்டுப் புகழ் பெருக்கி வந்தேன். தமிழர் வீரத்தைத் தரணிக்கு எடுத்துக் காட்டினேன்.

ஆனால் தமிழனைக் கேளுங்கள்; 'வீரத்திற்குச் சான்று யார்? என்று! என்னை மறந்து விடுவான் மறைந்திருந்து வாலியைக் கொன்ற மகாவிஷ்ணுவின்அவதாரம் இராமபிரான் என்று வர்ணிப்பான்.

காரணம் என்ன?

சேரன் செங்குட்டுவன்.

உலகு செழிக்க - வாழ்வு உயர - அல்லல் மாள - அவதி நீங்க அரும் பாடு பட்டு ஆயிரத்து முன்னூற்று முப்பது அருங் குறட்பாக்கள் அளித்தேனே....

ஆனால் தமிழனிடம், "வாழ்வு ஓங்க வழி வகுத்தவன் யார்?" என்று வினவுங்கள். பகவத்கீதை யைத்தான், கண்ணன் காட்டிய வழி என்று உங்களிடம் காட்டுவான்.

காரணம் என்ன?

திருவள்ளுவர்

ஒரு நாள்....மாலை நேரம்.... தேரில் சென்று கொண்டிருந்தேன் .... சிரித்த முல்லைக் கொடி தழுவிப் படரக் கொம்பில்லாமல் தவித்தது. என் தேரை நிறுத்தி அதன் தூணில் அதைப் படர விட்டு.... கால் நடையாக அரண்மனை திரும்பினேன்.

புலவர்களுக் கெல்லாம் பொன்னும் மணியும் அள்ளிக் கொடுத்தேன்.

ஆனால் தமிழனைப் பார்த்து "தம்பீ! கொடை வள்ளல் ஒருவன் பெயரைக் குறிப்பிடு" என்று கேட்டுப் பாருங்கள்; என் பண்பே அவனுக்குத் தெரியாது......." கொடைக்குக் கர்ண மகாராஜா' என்பான்.

காரணம் என்ன?

பாரிவள்ளல்.

காரணம் என்ன? ....அத்தனை பேருங் கேட்கிறார்கள், காரணம் என்ன? என்று!....

காமராஜ நாடார் தனக்குத் தெரியாது என்கிறார். கிராமணியார் தெரிந்தும், காரணம் சொல்ல மறுக்கிறார்.

இதோ காரணம் சொல்கிறான் சுயமரியாதைக்காரன்....

'வள்ளுவரே! வடலூர் இராமலிங்கரே! வாளுக்கஞ்சா வீர செங்குட்டுவரே! வள்ளல்பாரியே !மாதவியே! கண்ணகியே!. நீங்கள் போற்றப்படவில்லை, காரணம்: நீங்கள் திராவிட இனம். அவர்கள் ஆரிய இனம்."

"திராவிடன் திராவிடனைப்போற்றாத அளவுக்கு மான மிழந்து விட்டானா? இப்படித் திருவள்ளுவர் கேட்கிறார்? சோகமாக!

"இந்நிலை மாறாதா?" என கண்ணீர் விடுகிறாள் கண்ணகி.

மாறும் ... அதற்குத்தான் நாட்டில் இன முழக்கம் நடைபெறுகிறது", என்று ஆறுதல் வார்த்தை பேசுகிறான் உறுதியொளி வீசும் கண் களோடு சுயமரியாதைக்காரன்!

சொர்க்க லோகத்தில்

சொர்க்க லோகம், சூரியன் மறையும் நேரம். சுந்தரமான பூஞ்சோலை. சோலையின் ஒரு மூலையில் சொந்த விஷயங்கள் பேசிக் கொண்டிருந்த சில தேவர்கள், சுற்றிச் சுற்றிப் பூப்பறித்து சுழல் வண்டுகளென ஆடிவந்த அரம்பையர்கள், அவர்கள் ஒருவருக்கொருவர் பேசிக் கொள்ளும் ஒய்யாரம்; ரம்பையின் நவரத்ன மாலையைப் பார்த்து மேனகை, இது ஏதடி? என்று கேட்க இது இந்திரன் தந்தது என...... 'ஓஹோ கட்டிலறைப் பரிசா' என்று மற்றவர்கள் கேலி செய்ய...... அப்படியே ஒவ்வொருவரும் தங்கள் அணிகளை...... இது சந்திரன் சன்மானம், இது சூரியன் பரிசு, இது மன்மதனின் வெகுமானம் என அறிமுகப்படுத்திக் கொண்டிருந்தனர், சந்திரனும் தாரையும் அஸ்வதி நட்சத்திரத்தை எடுத்து பூப்பந்து ஆடிக் கொண் டிருந்தார்கள், ஒரு பகுதியில் ! பூலோகத்தையே உருட்டி அக்னி பகவான் வாயு முதலியவர்கள் கால்பந்து விளையாட்டில் மும்முரமாக ஈடுபட்டிருந்தார்கள். பார்வதிதேவி பரமசிவன் தோளிலேகிடந்த பாம்பை யெடுத்து (ஸ்கிப்பிங் ரோப்) குதிக்கயிறு ஆடிக் கொண்டிருந்தாள். பிரம்மாவும் சரஸ்வதி யும் புதிதாக வெளியான ஒரு நாவலைப் படிக்கும் சுவாரஸ்யத்தில் இருந்தனர். மகாவிஷ்ணு, லட்சுமி யோடு கண்ணா மூச்சி யாடுவதாகப் பொய் சொல்லி அவள் கண்ணைக் கட்டி அலைய விட்டுவிட்டு....... ஊர்வசியும் அவரும் ஒரு அருவியின் பக்கம் போய் உல்லாசத்தில் ஈடுபட்டிருந்தனர். மயிலுக்கும் சேவலுக்கும் சண்டை மூட்டிவிட்டு, வள்ளி தெய்வயானை சமேதராய் முருகன் மகிழ்ச்சியில் திளைத்திருந்தார். விநாயகர் துதிக்கையால் நீரையுறிஞ்சி

அதை தேவ மாதர்கள் மேலிறைத்து வேடிக்கை செய்திருந் தார்.

யாரும் தன்னைக் கவனிக்கவில்லை யென்றறிந்த பரமசிவன் தோருகாவனத்து "ரிஷி பத்தினிகளின் ஜாகை"க்குப் போய்க் கொண்டிருந்தார்.

சொர்க்க லோகத்தில் இந்தச் சோலை விருந்து!

இவைகள் எதையுமே கவனிக்காமல் புல்தரையில் ஒரு கூட்டம் அமர்ந்திருந்தது. அந்தக் கூட் டத்தினரின் தோள் பட்டையில் ஒரு மஞ்சள் நிறத் துண்டுத் துணி தொங்கிற்று. அதில் நீல வர்ணத்தில் குடியேறியவர் என்று குறிக்கப் பட்டிருந்தது. முகங்களைப் பார்க்கும்போது பூலோக வாசிகள் தான் என்பது நன்றாகத் தெரிந்தது. ஆமாம் ...... பூலோக வாசிகள்தான்! கண்ணப்ப நாயனார், காரைக் கால் அம்மையார், நந்தனார், சிறுத்தொண்டர் .... இன்னும் எல்லோரும் இருந்தார்கள். அவர்கள் பேச்சு பெரிய விவாதமாக அமையவில்லை. ஆளுக்கு ஒரு வார்த்தை பேசினார்கள். அது அவர்கள் சொர்க்க லோகத்துக்கு வந்த விதத்தைப் பற்றி!

"என்னுடைய இரண்டு கண்களையும் குத்திக் கொண்ட பிறகுதான் கடவுளின் கருணை கிடைத்தது " **-கண்ணப்ப நாயனார்.**

"என் குழந்தையைத் துண்டு போட்டுக் கறி சமைத்து அதன் தலையை நானும் என் மனைவியுமே இடித்துத் துவையல் அறைத்து அன்னமிட்டேன். அதற்குப் பிறகுதான் சிவபெருமான் சித்தமிரங்கி என்னையாட்கொண்டார்." **-சிறுத்தொண்டர்.**

"அக்கினியிலே முழுகி தீட்டையெல்லாம் பொசுக்கிக் கொன்றுவிட்டு பொன்மேனியோடு வா என்று தீக்ஷதர்கள் கனவிலே தீன தயாபரன் சொல்லிவிட்டார். அந்தத் தியாகத்தை நான் செய்த பிறகுதான் தில்லையப்பனின் திருப்பாத தரிசனம் கிடைத்தது."
-நந்தனார்.

"உடலிலே உள்ள சதைகளையெல்லாம் கழித் தெரிந்துவிட்டு, ரத்தத்தை வடித்துவிட்டு எலும்பு உருவமாக- பேய் மாதிரி- தலைகீழாக நடந்து வரச் சொன்னார் பீடுடைய பெம்மான்! அந்தக் கஷ்டத் திற்கு ஆளான பிறகுதான் கைலாசபதி கடாக்ஷம் பாலித்தார்."
-காரைக்கால் அம்மையார்.

ஆலயங்களில் புல் செதுக்கினேன், அந்தணராம் திருஞான சம்பந்தரின் பல்லக்கு தூக்கினேன். அதையெல்லாம் செய்த பிறகுதான் அமரர் உலகம் வர அனுமதி கிடைத்தது, எனக்கு! **-அப்பர்.**

'மனிதனுக்கு மானம் பெரிது. அந்த மானத்தை அடகு வைத்து, என் மனைவியை பரமசிவனோடு பள்ளியறைக்கு அனுப்பி வைத்தேன். அந்தத் தியாகத்தின் பரிசாகத்தான் இந்தப் பரமண்டல வாசத் தைப் பரமன் எனக்கு அளித்தார்.' **-இயற்பகை நாயனார்.**

"என் முழங்கையைச் சந்தனக் கட்டைக்குப் பதிலாகத் தேய்த்து பகவத் பூசை பண்ணினேன், அதன் பலன்தான் எனக்குச் சொர்க்க லோகம். " **-மூர்த்தி நாயனார்.**

"அப்பப்பா! இந்த லோகத்திற்கு வர எத்தனை பேரைக் கொலை செய்திருக்கிறேன் தெரியுமா? சிவனைத் தூஷித்தவர்களை யெல்லாம் மழுவால் வதைத்துக் கொன்று போட்டேன். அந்தப் பிணங் களையெல்லாம்

பிறைசூடும் பித்தரிடம் காட்டிய பிறகுதான் இந்தப் பேறு கிட்டியது. " **-எறிபத்த நாயனார்.**

"சிவனுக்காகச் சேமித்து வைத்திருந்த நெல்லைப் பஞ்சகாலத்தில் சாப்பிட்டார்கள் என்பதற்காக......பக்தியின் காரணமாக என் தாய், தந்தை, என் ஆசை மனைவி நெல்லைத்தின்ற தாயின் பாலைக் குடித்திருக்கும் என்பதற்காக என் அன்புக் குழந்தை ஆகியோரைக் கொடுவாளால் வீசிக் கொலை புரிந்தேன். அதன் பிறகுதான் என் குற்றத்தை மன்னித்து கொன்றையணி செஞ் சடையார் காட்சி அளித்தார்."
-கோட்புலி நாயனார்.

இப்படிப் பக்தர்கள் தங்கள் தியாகங்களைக் கூறிப் பெருமிதங் கொண்டனர். பெருமூச்சு விட்டனர்.

உங்களுக்கும் ஆகஸ்ட் தியாகிகளுக்கும் வித் தியாசமில்லையப்பா" என்ற திடீர்க் குரல்கேட்டு, பேச வாயெடுத்த கண்ணப்பர் நிறுத்திவிட்டார். எல்லோரும் திரும்பிப் பார்த்தனர். ஒரு வாலிபம் மறைந்த மங்கையின் தோளில் கை போட்டபடி ஒரு பூனூல்கார அய்யர் நின்றார். எல்லா பக்த சிரோன்மணிகளும் அவர் வாயைப் பார்த்தபடி இருந்தனர். அந்த அய்யர் பேசினார்.

"நீங்கள் எல்லாம் மோட்ச லோகம் வர பெரிய பெரிய தியாகம் செய்ததாகப் பெருமையடித்துக் கொள்கிறீர்களே; அதை நினைத்தால் எனக்குச் சிரிப்பு வருகிறது.

தந்திக் கம்பிகளையும் தபாலாபீசுகளையும் தகனம் செய்து, இருப்புப் பாதைகளை யெல்லாம் பெயர்த்தெடுத்த காங்கிரஸ்காரனுக்குப் பெயர் தியாகிதான்! தந்திக் கம்பிகளை அறுப்பது தகாது எனக்

கூறி, ஆகஸ்ட் போராட்டம் ஆகாது என முழக்கி அதற்கு எதிரிடையாக நின்ற ஆச்சரியாருக்கும் பெயர் தியாகிதான்! என்ன விழிக்கிறீர்கள்? நான் இப்பொழுது பேசுவது தமிழ் நாட்டு அரசியல் விஷயமாக்கும்!

சொர்க்கலோகம் வர, சொல்ல முடியாத தொல்லைகள் அனுபவித்ததாகச் சொல்லுகிறீர்களே ;

இதோ பாருங்கள் நான் எந்தவிதச் சிரமும் இன்றி சிவலோகம் வந்திருக்கிறேன்.

(பக்தர்கள் ஆச்சரியத்தால் திகைத்துவிட்டார்கள்)

ஆச்சரியப்படாதீர்கள் அன்பர்களே ! இதோ என்மேல் சாய்ந்து கொண்டிருப்பது என் தாய்'

(கோட்புலி நாயனார் குறுக்கிட்டு) 'உமது தாயாரா?'

"ஆமாம், என்தாய்! என்னைப் பத்துமாதம் சுமந்து பெற்றதாய். அழகுத் தொட்டிலில் இட்டு ஆராரோ பாடிய தாய்! இந்தத் தாயாரை நான் என் தாரமாகக் கொண்டிருக்கிறேன். இங்கு மட்டுமல்ல, பூலோகத்திலேயே இந்த அன்னை என் ஆசை நயாகியாக இருந்தாள். இவள் என்னைத் தொட்டிலில் போட்டு ஆட்டினாள். நான் இவளுக்குக் கட்டிலில் இன்ப மூட்டினேன்,

மனைவியாக்குவது மாதாவை மகா பாப மல்லவா என்பீர்கள்; இதைவிட மகா மகா பாப எங்களை மஞ்சத்தில் கண்டுவிட்ட தகப்பனாரை உடனே கொன்று போட்டேன். உனக்கா சொர்க்கவாசல் திறந்தது என்று கேட்கிறீர்களா? ஆமாம்; எனக்குத்தான் சொர்க்கம் சுலபத்தில் வழிவிட்டது. 'அரகர மகாதேவா' என்றேன்; அம்மையை அணைத்தபடி அப்பன், ரிடபவாகன

ரூடராய் அருள்மழை பொழிந்தார். ஆனந்தமாக சொர்க்க பூமிக்கு வந்துவிட்டேன்."

நாயன்மார்கள் ஸ்தம்பித்து விட்டார்கள். காரைக்காலம்மை "இது உண்மையா?" என்றார்.

"சந்தேகம் வேறா? ஐயமிருந்தால் திருவிளையாடல் புராணம் மாபாதகம் தீர்த்த படலத்தைப் பாருங்கள்" என்றார் அய்யர்.

"பாபியாகிய உமக்கு மாத்திரம் இவ்வளவு சுலபத்தில் சொர்க்கலோக வாழ்வு கிடைக்கக் காரணம் என்ன?' என்று கேட்டார் சிறுத் தொண்டர்.

"இதுதான் காரணம்" என்று தன் பூணூலை உருவிக் காட்டினார் அய்யர். "நான் மட்டுமல்ல ; சுந்தரமூர்த்தி நாயனாரை தாசி வீட்டுக்குப் பகவானே அழைத்துச் சென்றார்.......... தாசி வீட்டுத் தாம்பூலத்தோடு கோயிலுக்குள் சுந்தரமூர்த்தியை வரச் செய்தார்....... சொர்க்க வாழ்வு சுந்தரமூர்த்திக்குச் சுலபத்திலே அளித்தார். அதற்கு இந்தப் பூணூல் தான் காரணம் " என்று முடித்துவிட்டு அய்யரும் அம்மையும் சென்றார்கள்.

அப்படியானால் ஆகஸ்ட் போராட்டத்தை மறுத்து ஆச்சாரியார் தியாகி ஆனதற்கும்...... என்று கண்ணப்பர் முடிப்பதற்குள்...... " ஆமாம் பூணூல்தான் காரணம்" என்று பதில் கூறினார் எறிபத்த நாயனார்.

"நாமெல்லாம் எவ்வளவு கஷ்டப்பட்டு எவ்வளவு மகத்தான தியாகங்கள் செய்து இந்த மகேஸ்வரன் திருவடியை அடைந்தோம்....... மா பாதகம் செய்த இந்தப் பிராமணன் ஒரு பூணூல் உதவியால் கைலாசம் வந்துவிட்டானே என்று சோகமூச்சு விட்டார் மூர்த்தி நாயனார்.

"நாமெல்லாம் திராவிடர், அவர் ஆரியர்... சொர்க்க லோகம் போவதில் கூட ஆரிய திராவிட வேறுபாடு வேரூன்றி விட்டதப்பா" என்று இரண்டுதுளி கண்ணீர் விட்டார் அப்பர்.

இந்நிலை மாறத்தான் " இனமுழக்கம் " நடை பெறுகிறது என உரத்துக் கூறியபடி எழுந்தேன் நான். "என்னடா தம்பி சொப்பனங் கண்டாயா?" எனக் கேட்டபடி என் தாயார் என் தூக்கத்தைத் தெளிவித்தார்கள்.

என் தூக்கம் கலைந்தது. காமராஜர்-கிராமணியார் - தூக்கம் கலையவேண்டுமே ?

முரசறைவாய்

"வாளை எடு! வாழ்வா? சாவா? என்பதைப் போரில் புரிந்து கொள்வோம்" என்பதற்கு மட்டுமல்ல. "வாழ்விலோர் திருநாள்" பாடி, வளமார் நாட்டை வாழ்த்திடவும் முரசு முழங்குவதுண்டு.

அந்நாள் ஆண்ட மறத்தமிழன் கனகனையும் விசயனையும் களத்தினில் சந்திப்பான். போர்முரசு கொட்டிப் புலிப்பாய்ச்சல் நடத்துவான். அந்த ஆரிய மன்னர் சிரம் நொறுங்க, கண்ணகி சிலைக்குக் கல்லேற்றி சிங்க நடை போட்டு வருவான். ரத்தம் படிந்த வெற்றி முரசின் ஒலியும், 'வாழ்க தமிழன்' என்ற கீதமும் இமயத்தில் எழுந்து, விந்தியத்தில் எதிரொலித்து, கன்யா குமரியின் கடலோசையில் கலக்கும். வாடிக் கிடந்த காதலியை வெற்றி முரசம் துள்ளி யெழச் செய்ய -புதுத் துடிப்பால் பூரித்த இசயங் காட்டி பொன்னழகி வழிபார்த்துநிற்க 'தென்றலே! என்னைத் தேடித் துவண்டாயோ?' என்று வந்த காளை, வாய் திறப்பதற்குள்... மணவாளன் மார்பினிலே காயங்கண்டு பனிப்பார்வை வீசி, அவன் மலைத் தோளில் முகத்தை ஒட்டிக்கொள்ள-அந்த மகிழ்ச்சியை ஒரு கவிதையாக மாற்ற நினைத்து எல்லைக்குள் அதை அடக்க முடியாமல் தோல்வியால் தொங்கிய முகத்துடன் ஒரு புலவன் திரும்பிவிட இங்ஙனம் காதலும் வீரமும் கரைபுரண்டோடியது திராவிடத்தில் ஒரு நாள்! ஆனால் பயனற்ற இன்றைய பாட்டிக் கதையல்ல! நம் பாட்டனும் பாட்டியும் வாழ்ந்த வரலாறு! பெற்றிருந்த பண்பு!

ஆரியர் உருட்டி விளையாடும் உருட்டுச்சட்டிப் பொம்மைகளாய், ஆங்கில ஏகாதிபத்தியத்தைவிடக்

கொடிய வடவர் ஏகாதிபத்தியத்தின் வால் பிடிப்ப வர்களாய்-சீரிளமைத் தமிழ் ஒழித்து, செந்தமிழ் நாடழிக்க இந்தி மொழிக்குப் 'பாராக்கு' கூறும் சிப்பாய்காய்,இங்குள்ள தோழர் இருக்குங் காலத் திலேயே பொங்கல் விழாக் கண்டு நமக்குப் பூரிப்பு தங்கவில்லை யென்றால்,காமராஜர்கள் சண்முகங்கள், ஜீவாக்கள் தோன்றி யிராத அந்தக் காலத்தில்-மானத்துக்கும் தமிழனுக்கும் நீங்காத தொடர்பு இருந்த அந்தக் காலத்தில்-களத்தில் ஈட்டியைச் சுவைத்துக் கிடந்த வீர பரம்பரை வாழ்ந்த அந்தக் காலத்தில் - பொங்கல் இப்படிச் சோற்றுப் பொங்க லாகவா இருந்திருக்கும் !

'அறுவடை முடிந்ததா அத்தான்? என்று அவள் கேட்க, எதிரிகளின் படையை நம் மன்னர் அறுத்துக் குவிக்கும் போது பகை மன்னன் மார்பிலிருந்து உருண்டோடிய மாணிக்கத்தைப் போல இதோ பார் நெல் மணிகளை!' என்று கணவன் பதில் கூறியிருப்பான். 'அதோ பார் கொல்லையில் ஆரியனின் வயிறுபோல வைக்கோற்போர்!' என்று காட்டி இருப்பான், 'அத்தான்! பதரைத் தூற்ற வேண்டாமா?' எனக் கேட்டு முறம் எடுக்கச் செல்பவளைப் பார்த்து, 'கண்ணே! தமிழினத்தில் வந்து கலக்கும் ஆரியக் கொள்கைகளை அகற்றுவதுபோல் இந்தப் பதர்களை அகற்று' எனச் சொல்லி இருப்பான்.

திராவிடனே! அந்நாளை நினைத்துப் பார்! பசி பசி என்று பச்சிளங் குழந்தை அழ.....அதுகண்டு பெற்ற தாய் அழ...... 'பொங்கலிலும் நாம் பட்டினி தாண்டா கண்ணே!' என்று தந்தை அழுகின்ற இந் நாளின் கோர நிலையையும் நினைத்துப் பார்!

கிரேக்க ரோமானிய நாடுகள் உன் நாட்டுப் பொருளுக்கு வாய் பிளந்து கிடந்தனவே! நீ ஒரு பிடி சோற்றுக்கும் ஒரு முழத் துணிக்கும் வாய் பிளந்து கிடக்கிறாயே!

இமயமும் இலங்கையும் உன் ஆணை கேட்டுத் தலை கவிழ்ந்தனவே! இன்று நீ அடிமையாக வாழ்கிறாயே! 'இனிமைத் தமிழ் மொழி எமக்கின்பங் தரும்படி வாய்ந்த நல் அமுது' என்று இசைத் தனையே - இன்று இந்திக்குத் தண்டனிடுகிறாயே!

சரித்திரத்தில் திரையிடப்பட்டுள்ள உன் பெருமைகளைக் கேட்டுப் பார்! வேங்கை யொத்த பகைவர் எத்தனையோ பேர் உன் வேல் பட்டு வீழ்ந்தனரே-- வீர மகனே! உன் கண்களிலே கனல் என்றால் எதிரியின் பாசரை தீய்க்கு இரை யென்று தானே பொருள்! உன் வீர முழக்கம் வேற்று மன்னன் கோட்டைக்கு வேட்டாயிற்றே! அவை யெல்லாம் இந்நாள் எங்கே? கடல் கொள்ளாமல் - களம்புரண்ட ரத்த வெள்ளம் கொள்ளாமல் - பகைவரின் போர்த்திறங் கொள்ளாமல்-வீரத்தை விலை கேட்கும் ஆரியம் கொண்டது ஏன்?

அந்நிலை மீளாதா? புது வாழ்வு மலராதா? மலரும்! மலரவேண்டுமானால் திராவிடா! இந்தப் பொங்கலில் உன் உள்ளம் பொங்கட்டும்! குன் றெடுக்கும் நெடுந் தோளான் குலத்தினனே! குள்ள நரிக் கூட்டத்தின் குணமறுக்க கூர்வாள் எடு ! சாணிப் பிள்ளையாரும் சீனிப்பாயசமும் பொங்கலின் குறிக்கோளல்ல! கோணிக் கிடக்கும் சமுதாயத்தின் குறை தவிர்க்க முரசறைவாய்! போர் முரசறைவாய்

பழிக்குப் பழி

"நம் நாடு வளமையாக இருக்க வேண்டுமானால் நாட்டிலுள்ள வகுப்புவாதக் குரோதங்களை அடியோடு ஒழிக்க வேண்டும், மகாத்மாவின் வாழ்நாளில் முழுவெற்றி அடைய முடியாத வகுப்பு வாத ஒழிப்பை அவரது மரணத்தின் விளைவாக வேனும் பெற வேண்டும்..........'

இது திராவிடர் கழகத்துத் தீர்மானமல்ல! காங்கிரஸ் காரியக் கமிட்டி முடிவின் சாரம்.

நாம் வரவேற்கிறோம், 'சொன்னோம், சொல்கிறார்கள்' என்று பெருமைப்படுகிறோம். நமது பாசறை கீதத்தின் எதிரொலி இது என மகிழ்கிறோம். மதமெனும் பேய் பிடியாதிருக்க வேண்டுமென நாம் கூறிய காலத்தில் நமக்குக் கிடைத்தது நாத்திகர் பட்டம். இன்று அவர்கள் கருத்தில் இது கலக்க, காந்தியாரைப் பலிகொடுக்க வேண்டிய தாயிற்று.

இந்தத் தெளிவும் முடிவும் முன்னமே செயலாக மாறியிருந்தால் ஒரு உத்தமரின் கோரக் கொலை நடந்திருக்காது.

நடந்ததை மறப்போம். நாட்டு நலத்தில் விழி வைத்து....... இனியாவது நல்லவழி நடப்போம்........ என்ற உறுதிமொழிதான் இனி திராவிடர்க்குத் தேவை!

"வகுப்பு வாதம் ' வீழ்க என்கிறது காரியக் கமிட்டி. 'சாபத்திற்காளான அந்த வகுப்பு வாதம் எது ?....... அந்த வகுப்பு வாதத்தின் 'உயிர்நிலை எங்கே இருக்கிறது..... ?' என்ற ஆராய்ச்சி அவசியம் தேவை.

'அல்லித் தண்டில் நுழைந்து பாதாள லோகம் சென்றால்......அங்கிருக்கும் பாறைகளின் இடுக்கில் பறந்து கொண்டிருக்கும் பெரிய வண்டில் இருக்கிறது மயில் ராவணன் உயிர்' என்பார்கள் பௌராணிக போதகர்கள். அதைப் போலவேதான் வகுப்பு வாதத்தின் உயிர்நிலையும் அமைக்கப் பட்டிருக்கிறது. வகுப்பு வாதம் விழவேண்டுமானால் மேற் போக்கான திருத்தங்கள் பயன்படா! அதன் ஆணிவேர் அறுபட வேண்டும். வகுப்புகளை அனுமதித்துக் கொண்டு வகுப்புவாதத்தை அழிக்க நினைப்பது ஆகாத செயல்! நெருப்பையும் மூட்டி விட்டு அதை அணைக்கவும் நீர் தேடுவது போல!

வகுப்பு ஒழிந்தால் வாதம் ஒழியும்-வகுப்பு வளர்ந்தால் வகுப்பு வாதம் வளரும். பார்ப்பனீயம் ஆகாது-கூடாது-- என்று நாம் பேசுவது வகுப்பு வாதம் என எதிரிகளால் பிரச்சாரம் செய்யப்படுகிறது. வகுப்புக் கலவரத்தைக் கிளப்பிவிடும் சாதனத்திற்குப் பெயர் வகுப்பு வாதமா? அல்லது வகுப்புப் பேதத்தைத் தகர்த்தெரியும் திராவிடர் கழகக் கொள்கைகளுக்குப் பெயர் வகுப்பு வாதமா? கலகமும் போராட்டமும் ஏற்படுவதற்குக் காரணம் தன்னுடைய மனிதாபிமானமற்ற கொள்கைகளை விடாப்பிடியாக பிடித்துக் கொண்டு இந்த நாட்டில் அக்கிரகாரங்களில்---ஆலயங்களில்-சிற்றுண்டிச் சாலைகளில்-அரசியல் துறைகளில் தங்கள் சாதி உயர்வைக் காட்டிக் கொண்டிருக்கும் பார்ப்பனியமும்- பிராமண சேவா சங்கங்களும் வகுப்புவா த ஸ்தாபனங்களாக்கப்பட்டு ஒழிக்கப் படவேண்டும்.

வகுப்புக்கள் - சாதி முறைகள்--பிறவியின் காரணமாக உயர்வு தாழ்வுகள் அழிக்கப்பட்டால் பறையன்--பள்ளன்- பார்ப்பனன் என்ற பேதங் கள் மறையும். சாதிக் கொரு

சங்கம் - சங்கங்களுக் குள் போட்டி.. என்ற நிலை மாறும். சமத்துவம் பூக்கும். சமதர்மம் ஓங்கும். காந்தியாருக்காக கட்டப் படும் உண்மையான நினைவுச் சின்னங்கூட இதுதான்! வகுப்புவாதம் வீழ்வதற்கு சரியான வழி....வகுப்பு வாதத்தின் உயிர் நிலையில் வாள் வீசுவதுதான்! நமது ஆட்சியாளர் இதைச் செய்ய வேண்டும்.

'மதத்தை அடிப்படையாகக் கொண்ட ஸ்தாபனங்கள் அரசியல் லட்சியங்களுடன் வேலை செய்வதற்கு இடந்தரக் கூடாது காங்கிரஸ் காரியக் கமிட்டியின் இந்தத் தீர்மானமும் மிகவும் பாரட்டத் தக்கது. மதத்தை அடிப்படையாகக் கொண்ட ஸ்தாபனங்கள் அரசியல் லட்சியங்களோடு வேலை செய்வதற்கு மட்டுமில்லை- மதத்தை அடிப்படையாகக் கொண்ட ஸ்தாபனங்கள் இருப்பதுகூட ஆபத்து -அபாய அறிகுறி - அடுத்து ஒரு கோட்சே தோன்ற காரணமாகிவிடும் என்பது நம் கருத்து.

மத ஸ்தாபனங்கள் அரசியல் லட்சியங்களோடு வேலை செய்வதால் மட்டுமே....... இம்மாதிரிக் கோணல்கள் விளைவதாகக் கூற முடியாது.

'பறையனுக்கு என்னடா பக்தி?' என்ற பதட்டம் நந்தனை நெருப்பில் தள்ளி 'ஜோதியில் கலந்தான்' எனக் கூறிற்று. மதத் திரையில் அந்த மாபெரும் சதி மறைந்தது.

'மதமெனும் பேய் மாய்க' எனக் கூறிய இராமலிங்கர் மதவெறியர்களால் கொலை செய்யப்பட்டார். 'அருட் சோதியிலே ஐக்கியமானார்' என்ற அண்டப் புளுகு உருவாயிற்று. மதபக்தி மக்கள் கண்களை - கருத்தை மறைத்தது. எண்ணாயிரம் சமணர்களைக் கழுவேற்றி......... கழு மரங்களுக்கு ரத்த அபிஷேகம் செய்து வைத்தார் திரு

ஞானசம்பந்தர். ஏனென்று கேட்கவில்லை மக்கள். மத விசுவாசம் அவர்களை மௌனிகளாக்கிற்று.

இப்பொழுதுதான் என்ன; காந்தியார், புது டில்லியில் பொதுமக்கள் முன்னிலையில் சுடப்படாமல்-வார்தா ஆஸ்ரமத்தில் கொல்லப்பட்டிருந் தால் அவரை அந்தக் கொலைக்காரர்களே எடுத்துப் புதைத்துவிட்டு "காந்திஜீ திடீரென்று புஷ்ப விமானத்தில் ஏறிச் சொர்க்கலோகம் போயிருக்கிறார்' என்று புராணம் பாடி யிருப்பார்கள். மதவெறி செய்த சதி மறைக்கப்பட்டிருக்கும்.

நந்தனை நாசமாக்கி-வள்ளலார் வாழ்வை வெட்டி-சமணரைச் சாய்த்து இதுவரை இன்ப வாழ்வு நடத்தியதைப் போலவே இனியும் இந்தச் சதிகார மதம் வாழ, வழிகோலப்பட்டிருக்கும். ஆனால் காந்தியாரின் படுகொலை, இந்து மதத்தின் ரத்தம் தோய்ந்த நாக்கை, நமக் கெல்லாம்- இல்லை -நம் பேச்சைக் கேளாமல் இருப்பவர்க் கெல்லாம், படம் பிடித்து காட்டி விட்டது. இதற்காகத் தான் சொல்லுகிறோம் மதவெறியின் கடைசி இரையாக மாவீரர் காந்தி இருக்கட்டும் என்று! காந்தியாரின் சோக முடிவு பாம்புக்கு பால்வார்த்த கதை!

எந்த வர்ணாஸ்ரமத்தைக் காக்க வழி வகுத் தாரோ அந்த வர்ணாஸ்ரமம் அவர் வாழ்வு குடிக்கும் பாம்பாயிற்று! எந்த இந்துமத சீர்திருத்தம் தேவை என பணிபுரிந்தாரோ அதே இந்து மதம் அவருக்கு இறுதியில் பரிசாக மூன்று குண்டுகளை அளித்தது. காந்தியார் அகிம்ஸைக்காகப் பாடுபட்டார்....அதில் அவர் வெற்றிய டையவில்லை என்பதற்கு கோட்சேயின் கோரச் சிரிப்பு சான்று!

காந்தியார், உண்மை-சத்தியநெறி இவைகளைப் போதித்தார். அதில் அவர் தோல்வியுற்றார் என் பதற்குச் செய்திகளைத் திரித்துப் போட்டு அராஜகத்தைக்

கிளப்பிவிடும் இந்து-மதத்தின் ஏடுகள் சான்று! காந்தியார், இந்து முஸ்லீம் ஒற்றுமைக் காகப் பாடு பட்டார்—அதிலும் அவருக்கு வெற்றி இல்லை என்பதற்குப் பாகிஸ்தான் பகிர்ந்து அளிக்கப்பட்டதே சான்று. காந்தியார் அமைதிக்கு வழி கோலினார்....... அதிலும் அவர் ஆறுதல் பெறவில்லை என்பதற்கு நாட்டிலே பெருத்த கலகங்கள் சான்று!

காந்தியாரின் வெற்றிப்பாதைகளிலே முட்டுக் கட்டையாக நின்றது

நின்றது எது?....... எது ? எது ?....... மதம்! மதவெறி! இந்த வெறி ஒரு விடுதலை வீரரை வீழ்த்தியது...... இந்த மதத்தைப் பழிக்குப் பழி வாங்க வேண்டாமா? மிஞ்சியுள்ள தலைவர் களையாவது காப்பாற்ற வேண்டாமா ? திராவிடரே? சொல்லுங்கள்!

ஆரியம் பேசுகிறது.

இரணியன் மகன் பிரகலாதனுக்குத் தந்தை என்ற வாஞ்சையைத் தவிடு பொடியாக்கி....... தந்தைக்கு எதிரியாக பிரகலாதனை ஆட்டி வைத்து இரணியனின் உயிர் குடித்து ஏப்ப மிட்டேன்.

தென்னிலங்கை வேந்தன் இராவணனுக்கு இளையோன் விபீஷணன். அவனிடத்தில் ஆசை வலை விரித்தேன். அவன் சுருண்டான். இலங்கை இருண்டது. இராவணனை வஞ்சம் தீர்த்து வாழ்ந்தேன்.

வாலியும் சுக்ரீவனும் பிரிபடாத சகோதரர்கள், குடும்பத்திலே தகராறு ! அதை என் வளர்ச்சிக்குப் பயன்படுத்தி வாலி சுக்ரீவர்களை மோத விட்டு வாலிவதைப் படலம் கண்டேன்.

எண்ணாயிரம் சமணப் பெரியோர்! எப்பாடு பட்டுச் சமணத்தை வளர்த்தனர் தெரியுமா? குலச்சிறை யென்று ஒரு கோடாரிக் காம்பு கிடைத்தான். அவனைச் சமணர் விரோதியாக்கி எண்ணாயிரம் பேரையும் துடிக்கத் துடிக்கக் கழுவேற்றி, களிப்புக் கொண்டேன்.

அவ்வளவு ஏன்? காந்தியார் உயிரைக் கோட்சே உருவில் உறிஞ்சினேன். உலகம் தேம்பியழுத போது நான் தித்திப்பு வழங்கினேன்.

என் கோர சொரூபத்தை ஒரு சில திராவிடப் பத்திரிகைகள் எடுத்தெழுதின என்பதற்காக ஓமாந்தூராரை அதட்டிக் கேட்டேன், "ஆரியத்துக்கு எதிர்ப்பா?" என்று ! ஆட்சி பீடம் ஆடிற்று. அதன் எதிரொலி........கறுப்புப் படையின் மேல் அடக்குமுறை!

என்ன முறைக்கிறீர்கள்? நான் நினைத்தால் யாரையும் அரியாசனத்திலிருந்து அகற்றி விட முடியும்.

உங்கள் இனத்தில் விபீஷண சுக்ரீவர் இருக்கும் வரையில் எனக்கு இங்கு விருந்துதான்!

கவிதைகளைப் பற்றி.

இச்சிறு நூலைப் பற்றி ஒன்றிரண்டு வார்த்தைகள்: உள்ளத்தை உடைத்துக் கொண்டு எழுந்த எழுச்சி இந் நூலாயிற்று. கவிதையல்ல! உரை நடையுமல்ல! வேண்டுமானால் உரை நடை ஓவியம் எனக் கொள்க- அதுவும் சரி யென்று பட்டால். எது எப்படி இருப்பினும் இளைஞர் இடையே உள்ள வேகத்தைத் தணிக்காமலாவது இருக்குமென்ற துணிவு உண்டு.

மு. கருணாநிதி.

மதிப்புரை.

வாளேந்தி வெங்கலம் புகும் இளங்காளைகளை வாகை சூட,பாடி வீட்டிற்கு அழைக்கிறார் இச்சிறு நூலின் வாயிலாக நம் இளம் வீரர் தோழர் மு. கருணாநிதி. அவர் தம் உள்ளத்தினின்று ஊறி எழும் கருத்துக்களை பேனா முனையில் உரை நடை யோவியமாகத் தீட்டுகிறார். அவர் பேனா முனையிலே எழுப்பிய கருத்துக்களைச் செயலாக ஒலிக்கச் செய்யும் அளவுக்கு உணர்ச்சியின் பெருக்கை ஆங்காங்கு அள்ளிக் கொட்டுகின்றார். இன்று அவர் தம் உள்ளத்தே எழுந்த ஊற்று நாளடைவில் கவிதை வெள்ளமாக மாறிப் பேராறாக வோடி மக்கள் உள்ளந்தோறும் பாய்ந்து பண்படுத்தும் என்பது உறுதி. வாழ்க அவர் உள்ளம்.

இரா. நெடுஞ்செழியன்,

நியாயத் திராசு!

புண்ணுக்கு மருந்திட்டு
ஆற்ற வழி தேடிடுவாய்!
கண்ணுக்குள் பாவைபோல்
உருண்டிடும் உள்ளம்- கைம்
பெண்ணுக்கு இருப்பதையும்
உணர்ந்திடுவாய்!

"என் மனைவி இறந்திட்டாள் "
வேறுமணம் வேண்டுமென்பாய்
பின் நீ சாவு முனை அடைந்திட்டால்
உன் மனையாள் காவு கொடுக்க
வேண்டுமோ காதல்தனை.

ஏற்பரோ!

தருமனும் பீமனும் மற்று மூவரும் போதாது
கருணனையும் காதலித்தாள் பாஞ்சாலி!
அடடா! இலக்குமியும் பார்வதியும்
இசைச் செல்வி கலைமகளும்
கடல்தனை வெறுக்கவில்லை
கற்பிழந்து போன தால்!
கைச்சரக்கல்ல! கதையுண்டு!
இந்திரனுக்குடன் பட்டாள
அகல்யை எனும் ரிஷி குலத்தாள்;
சந்திரனைக் காமுற்றாள் தாரையாம்
தவப் பெண்ணாள்;
இத்தனை புராணத்தையும்

இந்நாட்டுக் கோசாக்கள்

முத்தமிழில் தீட்டித் தந்தார்
முதுகெலும்பு வளைந்ததாலே!
"மலை வந்தெதிர்த்த போதும் கற்புக்
குலையோம்" என வீரமொழி
பேசும் பெண்டீர்!
மேற்சொன்ன பெண்களெல்லாம்
தெய்வமென்றால்
ஏற்பாரோ மனமுள்ளார் உங்கள் பேச்சை.

சைவரே !

ஏறிபத்தர் எதிரிகளை மழுவால் வதைத்தார்!
முறிபட்டார் தாய்தந்தை மனைவி மக்கள்,
கோட்புலியால்!
நிலைக்களமாம் அன்புக்குச்
சைவம் என்பீர்!
கொலைக்களத்தில் குலச் சிறையால்
சமணர் செத்தார்!
தலைக்கனம் பிடித்துப் பிதற்றுகின்ற
மெய்யன்பீர்!

வலைக்குள் மாட்டிட
வளர்த்துவந்த சைவத்தை,
சாக்காட்டால் மோதி சடுதியில்
சாய்த்திடுவோம்!
பூக்காட்டில் புகுந்துவரும்
தென்றலல்ல நாங்கள்!
புயல் என அறிவீர் !

வா!

நக்கிக் குடிக்கின்றார் நம்புலவர்
கலைரசத்தை சொக்கித் துதிபாடும்
சோதாவே புரட்டிப்பார்!
ஆபாசத்தை அழகு தட்டில் ஊற்றி
பாயாசமென் றுரைத்தால்
பருகுவரோ பண்டிதர்?
கம்பருங் கிழாரும்
நம்மருந் திராவிடத்தில்
வெம்பிய கலை வகுத்தார்!
கருத்துக்குக் கலையா?
கட்டுப்பாட்டுக்குக் கலையா?
வெறுத்தொதுக்கும் காலமே
வேகமாய் வா நீ !

பொதுவுடைமையே!

'முன்னூறு நானூறு வேலியேன்
முதலாளியே! உன்னாலே ஓர் ஏழை
உயர்ந்ததுண்டா?" என்று
என்னேரங் கேட்டிடும்
எந்நாட்டுத் தோழா!
உரமான உனது நெஞ்சின் வினாவை
வரவேற்று உபசரித்து மகிழ்கின்றேன்
மரமாவாய் என்கேள்வி எழுந்தவுடன்!

யோசித்துப் பார்!

கல்லுக்கு ஆயிரம் வேலி
ஆலயத்தில் உண்டு நண்பா!
புல்லுக்கும் பயனில்லை
புலம்புகின்றார் ஏழை மக்கள்
பல்லிடுக்கால் ஒரு வார்த்தை
பாரத வீரா!

மாணவர் எழுச்சி.

சேரர் வாழ்ந்த சிறப்பிடம் எங்கே?
வீரர் பாண்டியன் அரசேன் கவிழ்ந்தது?
சோழர் உலவிய சோர்விலா நாட்டில்
கோழைக் கொள்கை குவிந்த தெவ்விதம்?
வெடித்தன வினாக்கள்
வெதும்பிய மனத்தில்
குடித்திடுவோம் உயிர்!
கொடுத்திடுங்கள் நாட்டை!
பிரிவினை வேண்டாமெனும்
பெரும் உபதேசம்
நரிகளின் ஊளை! நாட்டு
வெறி பிடித்த காளைகளே!
கிலிபிடித்த மனிதர்களைக்
கீறியெறியுங்கள்!
புலி வாழ்வின் உச்சியிலே
புதுமைதனைப் பொறித்திடுவோம்.

வாளிங்கே!

குடிசைதான்! ஒருபுறத்தில்
கூரிய வேல்வாள்
வரிசையாய் அமைந்திருக்கும்-வையத்தைப்
பிடிப்பதற்கும் வெம்பகை முடிப்பதற்கும்
வடித்துவைத்த படைக்கலம்போல் மின்னும்;
புலியின் குகையினிலே அழகில்லை-
புதுமையல்லவும்
கிலியும் மெய் சிலிர்ப்பும்
கீழிறங்கும் தன்மையும் தலைகாட்டா
மானத்தின் உறைவிடம்-
மறவன் மாளிகை.
இல்லத்தின் வாயிலிலே
கிண்ணத்துச் சோற்றோடு
வெல்லத்தைச் சிறிது கலந்து
வயிற்றுக்குள் வழியனுப்ப
பொக்கை வாய்தனைத் திறந்து
பிடியன்னம் எடுத்துப் போட்டாள்
பெருநரைக் கிழவி யொருத்தி.
ஓடி வந்தான் ஒரு வீரன்
"ஒரு சேதி பாட்டி!" என்றான்
ஆடிவந்த சிறுமிபோல்
பெருமூச்சு வாங்குகின்றாய்
ஆண் மகனா நீ தம்பி !
அவசரம் வேண்டாம் !
மூச்சுக்கு மூச்சு இடைவேளை
ஏற்படட்டும் பின்,

பேச்சுக்குத் துவக்கம் செய் என்றாள் - அந்தக்
கிண்டலுக்குப் பேர்போன
கிழட்டுத் தமிழச்சி!
வேடிக்கை நேரமல்ல பாட்டி-உன்
வாடிக்கைக் கேலியை விட்டுவிடு
'மடிந்தான் உன் மகன் களத்தில்'
என்றான் - மனம்
ஒடிந்து நிமிர்ந்தாள் தாய்க்கிழவி ஒருமுறை!
"தாயம் ஆடுகையில் காய்களை
வெட்டுவதுண்டு - களமும்
அதுதான் காயம் மார்பிலா? முதுகிலா?
கழறுவாய்" என்றாள் - முதுகிலென்றான்.
கிழவி துடித்தனள் இதயம்
வெடித்தனள் வாளை எடுத்தனள்
முழவு ஒலித்த திக்கை நோக்கி
முடுக்கினாள் வேகம்!
"கோழைக்குப் பால் கொடுத்தேன்
குப்புற வீழ்ந்துகிடக்கும்
மோழைக்குப் பெயர்
போர் வீரனாம் முன்பொருநாள்
பாய்ந்துவந்த ஈட்டிக்குப்
பதில் சொல்ல மார்பைக் காட்டிச்
சாய்ந்து கிடந்தார் என் சாகாத கண்ணாளன்.
அவருக்குப் பிறந்தானா?
அடடா மானமெங்கே - குட்டிச்
சுவருக்கும் கீழாக வீழ்ந்து
பட்டான் வெட்கம்! வெட்கம்!

இமய வரம்பினிலே வீரம் சிரிக்கும்- இங்கு

வீணை நரம்பினிலே இசை துடிக்கும்
அதுவும் மானம் மானமென்றே முழங்கும்
மதுவும் சுராவும் உண்டு சாகும் மானமற்ற
ஆரியத்தின் வம்சமா நீ--ஏடா
மறத் தமிழ்க் குடியிலே மாசு தூவி விட்டாய்
மார்பு கொடுத்தேன் மகனாய்
வளர்த்தேன் -தின்று கொழுத்துத்
திமிர் பாய்ந்த தோள்களெங்கே?
தினவெடுக்கவில்லையா அந்தோ!
வேலுக்கு வழி சொல்ல வகையற்ற
கோழையே - என் வீரப்
பாலுக்கு வழி சொல்வாய்'' என்று கதறினாள்
எண்பதை நெருங்கிய ஏழைக் கிழவி.
சென்றடைந்து தெருமுனையில்
சிதறிக் கிடக்கும் செந்தமிழ்க் காளைகளைப்
புரட்டிப் பார்த்தாள் - அங்கு
நந்தமிழ் நாட்டைக் காக்க
ஓடிற்று ரத்த வெள்ளம்! பிணக்குவியலிலே
பெருமூச்சு வாங்க நடந்தாள்!
மணப்பந்தலிலும் அந்த மகிழ்ச்சி
அடையவில்லை-மகன்
பிறந்த போதும் மகிழ்ச்சிக்கு எல்லையுண்டு - அவன்
இறந்து கிடந்தான் ஈட்டிக்கு மார்பு காட்டி!
இதைக் கண்டாள்-இதயங் குளிர்ந்தாள்! "எதைக்
கண்டாலும் இனிக்கவலை இல்லை
என் மகன் வீரனாய் இறந்தான்" என்றாள்
அறுத்தெறிய இருந்தேன்
அவன் குடித்த மார்பை அடடா!
கருத்தெரிய பொய் சொன்ன கயவனெங்கே?
வாளிங்கே! அவன் நாக்கெங்கே?

தோல்வி எப்பொழுது?

சுண்டெலி வந்ததென்று
சூரப்பூனை அடுப்பின்
அண்டையில் பதுங்க!
அரவமொன் றாடியோட
கண்ட கீரிப்பிள்ளை
கலங்கியே வியர்த்து நிற்க!
மண்டலத்தில்லா இம்
மாபெரும் வேடிக்கைகள்
வண்டமிழ் நாட்டில் வந்தால்
வாகை சூடி வாழ்ந்திருந்து
சண்டைக்குச் சளைக்காத
சிங்கத் தமிழக்காளை யெல்லாம்
நண்டுக்குப் பயந்தொளிந்த
நரியைப்போல் -ஆரிய
வெண்டைக்காய் வீரரிடம்
வெற்றிகளைக் கொடுத்திடுவார்!

இன்னுமா கூச்சல்?

காவிரியின் கரையினிலே
பெண்ணையின் பாய்ச்சலிலே
சரிதமில்லை! சரிதமில்லை!
ஐயகோ தமிழ்நாடே!
ஆரம்பம் கங்கையிலாம்
பாண்டியர் ஆண்டதை யார் கண்டார்?
சேரர் செழிப்பைச் செதுக்கிய தெவர்?

சோழர் வளப்பம் சொன்னதுமுண்டோ?
செருப்பாண்ட கதைதான்
சரிதத் தொடக்கம்!
மறுப்பவரெல்லாம் மானம் விற்றார்.
மாற்றியமைத்திட மாணவர் வந்தார்!
பனிச் செனப் பாய்வர் பாசறை வீரர்!
இளித்தவாயரே! இன்னுமா கூச்சல்?

வருணமா? மரணமா?

பரணி பலபாடிப்;பாங்குடன்
வாழ்ந்த பைந்தமிழ் நாட்டில்
சொரணை சிறிதுமிலாச் சுய நலத்துச்
சோதாக்கள் சில கூடி
வருணத்தை நிலை நாட்ட
வகையின்றிக் கரணங்கள் போட்டாலும்
மரணத்தின் உச்சியிலே மானங்காக்க
மறத் தமிழா போராடு.

★ ★ ★

9 788198 841049

Printed at Repro India Ltd.